உன்னையே நினைத்தேன்

கோகிலா ராஜா

ஏலே பதிப்பகம்

கோகிலா ராஜா

உன்னையே நினைத்தேன் – கவிதை
© கோகிலா ராஜா 2021
எழுத்தாளர்: கோகிலா ராஜா

முதல் பதிப்பு: டிசம்பர் 2021

இந்த படைப்பின் முழு உரிமையும் பொறுப்பும்
இதன் ஆசிரியரையே சேரும்.

வெளியீடு:
ஏலே பதிப்பகம்
5/175, பாத்திமா நகர்,
கூத்தென்குழி,
திருநெல்வேலி – 627104
தொடர்புக்கு: 9944992571

Unnaiye Ninaithen - Poetry
All Copy Rights Reserved By © Kokila Raja 2021
Author: Kokila Raja
First Edition: December 2021

Published By:
Aelay Publish
5/175, Fathima nagar,
Kuthenkuly,
Tirunelveli -627104
Phone: 9944992571

Design And Executed by

ISBN : 978-93-5533-132-8
Page : 100

உன்னையே நினைதேதேன்

மு. தங்கராசு
உதவிப் பேராசிரியர்
தமிழ்துறை
அரசு கலை மற்றும்
அறிவியல் கல்லூரி
மேட்டூர்

அணிந்துரை

எத்திசையும் புகழ் மணக்கும் இருபெருந் தமிழணங்கே என்ற சொல்லிற்கு இணங்க மொழி கருத்து பரிமாறும் கருவியாகவும் கலையை வளர்க்கும் கண்ணாகவும் விளங்குகின்றன எனலாம். அம்மொழியை படிப்பவர்கள் சிறந்த படைப்பாளியாகவும் விளங்கியவர் நிறைய இருக்கிறார்கள். அவ்வகையில் நோக்கும்போது கல்லூரியில் படிக்கும்பொழுதே கவிஞராகவும் பாடலாசிரியராகவும் விளங்குவதற்கு கற்ற கல்வி உறுதுணையாகவும் அடைந்தவை. வைரமுத்து அவர்கள் கல்லூரியில் படிக்கும்போது எழுதி வெளியிட்ட கவிதைத் தொகுப்பு "வைகறை மேகங்கள்". மு மேத்தா அவர்கள் "கண்ணீர் பூக்கள்" போன்ற படைப்புகள் முதல் படைப்பாகவும் வெளிவந்துள்ளது. என்பதை நாடே அறியும் அவ்வகையில் அன்பு மாணவி கோ கோகிலா அவர்கள் கல்லூரியில் படிக்கும் சிறந்த மாணக்கர் என்ற வகையில் எடுத்துக்காட்டாக திகழ்ந்தவள். தமிழ் வளர்ச்சி துறையில் நடைபெற்ற கவிதைப் போட்டியில் வெற்றி பெற்று முதல் பரிசு 10,000 பெற்றவர் என்பதில் பெருமையாகவும், கற்பித்த ஆசிரியர்களுக்கு பெருமை சேர்த்தவர் ஆகவும், எப்போதும் கவிதை எழுதுவதை நோக்கமாகவும் தமிழ்மொழி மேல் காதல் கொண்டவளாகவும் வலம் வரும் இலக்கிய தோழியாக இருப்பவள்.

கோகிலா ராஜா

இவ்வகையில் தான் கற்றவையும சிந்தித்தவையும்
அனுபவித்தவையும் கவிதையாக்கி வழங்கி இருக்கிறாள்
பல்வேறு கவிதைகள் இடம் பெற்றிருந்தாலும்
"கற்றுக்கொள்" என்று கவிதை என் மனதை கவர்ந்தவை
ஆகும்.
" நீ வெற்றி பெற
நீ அடைந்த துன்பங்களை
இன்பமாக்கிககொள் "

"ஆவியாய் மாறி
மேகத்தில் கலந்திருக்குமோ
ஆர்வமாய் தேடினாலும்
அகப்படுமோ பூமியில் "
போன்ற கவிதைகள் சிந்தனையை தூண்டி சிந்திக்க
வைக்கின்றன. நான் பெற்ற இன்பம் பெறுக இவ்வையகம்
வாழ்க வளமுடன் வாழ்த்துக்களுடன்

மு. தங்கராசு

உன்னையே நினைத்தேன்

தற்சிறப்புப் பாயிரம்

எல்லாம் வல்ல இறைவனான விநாயகப்பெருமானை
வணங்கி தற்சிறப்புப் பாயிரம் தொடங்குகின்றேன்.
எள்ளிலிருந்து எண்ணெய் எடுப்பது போல
என்னில் இருந்து எடுத்தது இக்கவிதை
எல்லாம் வல்ல இறைவனின் செயல் உறுதுணை.

அன்புச் சொல்லால் என்னை ஊக்கப்படுத்தியா
அன்னையான எங்கள் குல தெய்வங்களுக்கு என்
முதற்கண் வணக்கத்தைக் கூறி தொடங்குகிறேன்.
என்னை பெற்றெடுத்த அன்னையே
உன் முகம் மலரவே உன்னிடம் கேட்டதற்கு என் மகள்
நல்ல நிலைமைக்கு வர வேண்டும் அவள் மூலம் ஒரு
புத்தகம் வெளிவர வேண்டும் என ஊக்கம் கொடுத்தவள்
அன்னை அவளது பாதத்தை தொழுது வணங்குகிறேன்
இன்பத்திலும் துன்பத்திலும் பங்கு கொண்ட தந்தையே
உந்தன் வாக்குகளால் என்னை மேலும் மேலும் வெற்றி
அடைய செய்யட்டும் உங்கள் வார்த்தை என்னை
உயர்த்திடும் என்னை ஆசீர்வதியுங்கள் என் தந்தையே
புத்தகம் வெளிவருவதில் எண்ணற்ற மகிழ்ச்சிகள்
என்னுள் பொங்கி எழுகிறது வண்ணமலர்கள் எண்ணில்
துள்ளி விளையாடுகிறது. நான் பள்ளிப் பருவம் அரசு
பள்ளியில் நங்கவள்ளியில் படித்தேன். மேட்டூர் அரசு
கலை மற்றும் அறிவியல் கல்லூரி பல்கலைக்கழகத்தில்
இளங்கலைப் பட்டம் முடித்தேன். சிறகொடிந்த
பறவையாய் இருந்தேன். சிறகு முளைக்க உதவிய எங்கள்
ஆசானுக்கு எங்கள் மனமார்ந்த நன்றிகள் அவர்களின்
பாதங்களை வணங்கி இப்புத்தகங்களை
சமர்ப்பிக்கிறேன்.

கோகிலா ராஜா

அறிமுகப்படுத்திய அன்னைக்கும்
அறிவை வளர்த்த தந்தைக்கும்
அறிவார்ந்த ஆசிரியருக்கும் என் மனமார்ந்த
நன்றிகளைக் கூறி இப்புத்தகங்களை அவர்கள்
காலடியில் சமர்ப்பிக்கிறேன்

உன்னையே நினைத்தேன்

புத்தகங்கள் வாசிக்கும் நண்பர்களுக்கு
மனமார்ந்த நன்றிகள் பலப்பல

என் கனவுகள் நிறைவேற என் அன்னையும்
தந்தையும் தெய்வங்களும் துணை நிற்கட்டும்
இவர்கள் அனைவருக்கும் இப்புத்தகங்கள்
சமர்ப்பிக்கிறேன்.

ஆசிரியர் பெயர் கோ.கோகிலா

கணவர் பெயர் அ.ராஜா

2/77 செங்காட்டூர்

மேட்டூர் வட்டம்

சேலம் மாவட்டம்

Pin. 636502

தொலைபேசி.8248589010

9025635826

கோகிலா ராஜா

அன்பு என்னும் சொல்லுக்கு
அடையாளமான என் அன்பாலனுக்கு
இப்புத்தகத்தை சமப்பீக்கிறேன்

அன்னை வந்தாள்

அன்பைக் கொடுத்து
ஆணவத்தை உடைத்தாய்

இன்பத்தைத் தந்து
ஈசனை புரிய வைத்தாய்

உன்னை கொடுத்து
ஊக்கத்தை வளர்த்து விட்டாய்

எழுத்து எழுதிட வே
ஏணியாய் மாறிவிட்டாய்

ஐந்தை நான் அறியவே
ஐயம் புலன் அடக்க கற்றுத் தந்தாய்

ஒன்றை நான் கூறவே
ஓங்காரமாய் ஓடி வந்தாய்

அஃவை என எழுதிட வே
ஆர்வத்தை கொடுத்திட வே
அன்னை வந்தாள்!!!!!!

கோகிலா ராஜா

கற்றுக்கொள்

நீ வெற்றி பெற
நீ அடைந்த துன்பங்களை
இன்பம் ஆக்கிக் கொள்!!

நீ சாதிக்க வேண்டுமானால்
நீ சரித்திரத்தில் இடம் பிடித்து
நீ சாதனையாளனாக மாற வேண்டும்!!

நீ சிந்தித்து செயல்பட்டால்
சிந்தனையாளன் நீ
நீ சிறகாய் செயல்பட்டால்
சிறப்பானவன் நீ
நீ சீக்கிரம் செயல்பட்டால்
சாதனையாளன் நீ!!

துன்பங்களில்
துணிச்சலையும்
இன்பங்களில்
இனிமையும் கற்றுக்கொள்!!!!

நீரின்று அமையாது உலகு

நனைந்தது பூமி
குளிர்ந்தது உடல்
பச்சை பசேலென்று
மரம் செடி கொடிகள்
மலர்ந்த மலையால்

விண்ணே உன் துளி நீர்
வியப்பை ஏற்படுத்தி
விஞ்ஞானம் செய்ய வைக்கிறதே

சிவன் தலையில்
அமர்ந்தாயோ
அகத்தியர் குடுவையில்
அகப்பட்டயோ
அலைகள் ஏதுமில்லாமல்
ஆழ்கடலில் உறைந்தாயோ
அன்னையே உன்னை காணாமல்
அண்டமே தவிக்குதே

தாயை இழந்த சேயைப் போல
தாயகம் எங்கும் வரட்சியால்
ஏங்குகிறது

மலைகள் ஏதுமின்றி
ஆவியாய் மாறி
மேகத்தில் கலந்திருக்குமோ
ஆர்வமாய் தேடினாலும்
அகப்படுமோ பூமியில்!!

கோகிலா ராஜா

மழையே நீ
அகப்பட வில்லை எனில்
அதிர்ச்சியடைந்து
ஆதிமனிதன்
அழிந்திடுவான்

கங்கை யமுனை
கரைபுரண்டு ஓடினாலும்
காவிரி வைகை
காய்ந்தே கிடைக்கிறதே

காற்றான சாரலால்
கனவுக்கான வைத்தாயே
நீ இல்லை எனில்
நாங்கள்
கனவாகவே மண்ணில் மறைவோம்

மரம் வளர
மழையாய் வந்தவளே
தாயகம் தாகம் தீர்க்க
தாயாக வந்தவளே நீ
இல்லையெனில்
உலகே இல்லை தாயே

மண் இன்றி மரம் வளர்ப்போம்
தாயின்றி செய் பிறக்குமோ
நீ இன்றி உலகம் நிலைக்குமோ

பிடிப்பின்றி இதயம் இல்லை
துணிவின்றி வெற்றியில்லை
நீ இன்றி மனிதன் இல்லை

உன்னையே நினைத்தேன்

மழையை நீயின்றி பூமியில்
மரமும் உண்டோ
செடியும் முண்டோ
கொடியும் உண்டோ
நீ இல்லா உலகில்
மானிட பிறப்பில்
மனிதனும் உண்டோ

இனிமையான சுவையால்
இன்பத்தை அளித்தாய்
இன்முகம் பார்க்க
விண்ணுலகம் இருந்து
மண்ணுலகம் வந்தாய்
மழையாக

மண்ணின்றி மரம் இல்லை
மரம் இன்றி நதி இல்லை
நதி இன்றி நீர் இல்லை
நீரின்றி மனிதரில்லை

உறங்காத கனவுகள்
உயிர் இன்று ஏயங்குகின்றன
துளி மழைக்காக!!

வின்னே உன் துளி
மனிதனின் இதயத் துடி
விண்ணின் மழைத்துளி
மண்ணில் உயிர்த்துளி!!!

கோகிலா ராஜா

செம்மொழி

உயிரின் ஆற்றலாக
உணர்வின் வேகமாக
உவமை இலக்கியமாக
உருவெடுத்த செம்மொழியே

நீ
கடலின் அலைகலாய்
கனவுகளின் சுவைகலாய்
கற்றலின் அறிவுகளாய்
உருவெடுத்தாய்

பக்தி இலக்கியம் நீ
பக்தனை உருவாக்கினாய்
சங்க இலக்கியம் நீ
சங்கத்தை உருவாக்கினாய்
உயிர் செம்மொழியே நீ
உலகையே உருவாக்கினாய்

நாட்டின் நடப்பை
நாவலாக
நவமணிகள் ஆக
நவரத்தினங்கள் ஆக உருவாக்கிய
செம்மொழியே

ஐம்புலனை காக்கும்
ஆயுதமாய்
அண்டத்தில் உருவெடுத்தாய்
செம்மொழியே

உன்னையே நினைத்தேன்

செம்மையாய் இருப்பவளே
செழுமையாய் வாழ வைப்பவளே
எந்தன் செம்மொழியே நின் பாதம் வணங்குகிறேன்
கண்களை மூடி
கனவுக்குள் தேடினேன்
தேடிய பொழுது கிடைத்தது
காப்பியம்.

காப்பிய மூலம்
காவியம் படைக்க நினைத்தேன் ஆனால்
காப்பியம் படைக்கவில்லை
காதல் உருவானது
செந்தமிழ் மீது

காற்றின் மூலம் சுவாசித்தேன்
காவியத்தையே நேசித்தேன்
என்னையே சந்தித்தேன்
செந்தமிளே   அன்னை என்று உணர்ந்தேன்

செம்மொழி
மனிதனை
செம்மையாக்கும் மொழி

இன்றும் என்றும்
தமிழ்ச்செம்மொழி வாழிய வாழியவே

கோகிலா ராஜா

விநாயகர் துதி

ஐந்து கரங்களையும்
ஐம்புலன்களால்
ஐம்பெரும் பூதங்களை
அடக்கியாளும்
வல்லமை கொண்ட பெருமானே
நின்னை தொழுது போற்றுகின்றேன்
கணபதியே!!!!

கலைமகள் துதி

கலைகளுக்கு வள்ளவேளே
கற்புக்கரசியே
கற்பனைக்கு உரியவளே
கற்பகாம்பிக்கையே
கற்க உதவிடுவாய்
நின்னைத் தொழுது
போற்றுகின்றேன் கலைமகளே!!!

கோகிலா ராஜா

உன்னையே நினைத்தேன்

உன்னையே நான் நேசித்தேன்
உன்னையே நான் எண்ணினேன்
உன்னையே நான் சுவாசித்தேன்
என்னையே நீ மறப்பாய் என்று தெரியாமல்!

கண்ணுக்குள் உன்ன வச்ச
கற்பனையா வாழ்ந்து பார்த்தேன்
உன்னோடு நான் சேரும்
காலத்தையும் எண்ணிப்பார்த்தேன்
எண்ணிய என் மனசு
எத்தனை இன்பமோ நா
என்னையே மறந்து தா -நா
உன்னையே நினைத்தேன்!!

என் உயிரில் உன்னை கலந்தேன்
என் உடலே உன்னை பிரிந்தேன்
மனதாலே உன்னை சேர்த்தேன்
மண்ணிலே புதைய போகிறேன்
உன்னையே நினைத்து!!!

நட்பு

குழந்தைகளை
பத்து மாதம்
கருவறையில்
சுமப்பவள் அம்மா!

ஒவ்வொரு நிமிடமும்
கண்ணரையில்
சுமப்பவர்
அப்பா!

உயிரோடும்
உறவோடும்
என்றென்றும்
சுமப்பவன்
நண்பன்!!

அன்பு பாசமாக
உடல் அழகாக
உயிர் உறவாக
மூச்சே சுவாசமாக
நட்பு
என்றென்றும்
நிரந்தரமாக!!

கோகிலா ராஜா

காற்றை சுவாசித்து
மனதையே மகிழ்வித்தேன்
உன்னை நேசித்து
என்னையே சந்தித்தேன்
குற்றத்தை உணர்த்தி
நல்வழி காட்டினாய்
நல்ல நடத்தை காட்டி
தூய மனதுக்குள்
இடம் பிடித்தாய்
நல்ல நட்பால்!!

வள்ளலை நெஞ்சில் நிறுத்து

உலகின் அதிசயம்
பிறப்பின் ரகசியம்
சிற்பத்தின் அழகே
வள்ளல்!!

தேன்மழை சொட்டச்சொட்ட
வள்ளல் அருள்நெறி படிக்கப்படிக்க
பிடிக்கும்!!

ஒரு பிறப்பின் அர்த்தம்
வாழ்வின் மாற்றம்
வள்ளலாரை சாரும்!!

கடலின் ஆழம் தெரியாது
நிலத்தின் பரப்பு புரியாது
வள்ளலை நெஞ்சிலிருந்து
பிரிக்க முடியாது!!

இனிமையின் உணர்வு
கடமையின் ஆயுதம்
பொறுப்பின் அர்த்தம்
தருவது வள்ளல்!!

கோகிலா ராஜா

எதையும் அறிய முடியும்
எதையும் சாதிக்க முடியும்
வள்ளல் அருள்நெறி
பெற்றிருப்பதால்!!

மனிதன் வாழ்க்கைக்காக
மழை நிலத்துக்காக
காற்று சுவாசிப்பதற்காக
வள்ளல் அருள்
நெறி நமக்காக!!

வல்லமை நெஞ்சில் நிறுத்துங்கள்
வல்லமை உடையவர்களாய்
வாழ்க்கையை மாற்றுங்கள்!!!

நெருப்பு
சந்தனமாக மாறினாலும்
மேரு
மலையானது கடலில் கலந்தாலும்
சூரியன்
இருள் சூழ்ந்த ஆலும்
சந்திரன்
மதிமயங்கி நாளும்
சாகாவரம்
பெறுவது வள்ளலே!!!!!

உறவு

வண்ணமலர்
கண்களைப் பறித்தது
உயர்ந்த மரம்
வானத்தை தொட்டது
அழகிய இலை
மனதை கவர்ந்தது
அற்புதமான உறவு
மனதை கொள்ளை அடித்தது!!

பூக்கள்
ஆயிரம் கண்டேன்
மரங்கள்
லட்சம் கண்டேன்
இலைகள்
ரசிக்க கண்டேன்
என் உறவு
வாழ கண்டேன்!!

கோகிலா ராஜா

காந்தியடிகள்

பாறைகள்
உருக கண்டேன்
பறவைகள்
அழுக கண்டேன்
உந்தன்
கருணை கண்டு!!

சித்திரம்
கண் கலங்கியது
சுவர்கள்
மயங்கி வீழ்ந்தது
மண்
புயலாக மாறியது
அண்ணலே
உன்னை நினைத்து!!

உன்னையே நினைத்தேன்

கண்கள் கலங்கியும்
கனவுகள் கலைந்தும்
சித்திரம் சிதைந்தும்
சிற்பம் சிதறியும்
போராடிய அண்ணலே!!

கடலின் அலைகளாய்
காற்றின் வேகமாய்
சூழலும் சூறாவளியாய்
கூடும் மேகமாய்
சுதந்திரத்தின் தலைவனாய்
காந்தியடிகள்!!!

கோகிலா ராஜா

அன்னை

அன்பின் உருவமாய்
சாந்தத்தின் அடையாளமாய்
தெய்வத்தின் கருணையாய்
நடமாடும் தெய்வமாய்
கருணையின் வடிவாய்
வருபவள் அண்ணன்!!

என் உருவம் பெருக்க
தன்னைக் குறுகி
வலியை தாங்கி
என்னை உலகிற்கு
அறிமுகம் செய்தவள்
அன்னை!!

கண்கள் பார்த்து
மூச்சு சுவாசித்து
மனதில் நினைத்து
இதயம் துடித்து
எதற்கும்
வருபவள் அன்னை!!!

தீபமும் ஆராதனையும் தேவை
உருவத்திற்கு அல்ல
அன்னைக்கு!!!

உன்னையே நினைத்தேன்

வலிகள் ஆனந்தம்
புன்னகையால் மறந்து
உன்னை நினைக்காமல்
என்னை நினைத்த
கருணையின் வடிவம்
அன்னை!!!

சிந்தித்து
வருவது படிப்பு
சிந்திக்காமல்
வருவது நட்பு
எதிர்பார்த்து
வருவது இன்பம்
எதிர்பாராத
வருவது துன்பம்
எப்போதும்
எதிலும் வருவது
அன்னை!!!!

தித்திக்கும் தேனாகவும்
தெவிட்டாத சுவையாகவும்
சுட்டெரிக்கும் சூரியனாகவும்
சுடர்விட்ட மலராகவும்
அன்னை இருப்பாள்!!

கோகிலா ராஜா

அன்னையின் புன்னகைப்பார்
லட்சம் ஆசை மறையும்
லட்சியம் நினைவுக்கு வரும்!!

பத்து மாதம் கருவில் சுமந்து
பத்திரமாக பெற்றெடுத்து
பக்குவமாக மாற்றியவள் -என்
அன்னை!!!

உன் கண்முன் நடமாடுவது
உருவம் அல்ல தெய்வம் -அது
உன் அன்னை!!

மரம்

பறவையால் பிறந்தவன்
தானே உயர்ந்தவன்
கனியை கொடுத்தவன்
நிழலைத் தருபவன்
மனிதனால் இறந்தவன்
மரம்!!!

பச்சை நிறம் கொண்டவன்
பசுமையாக வாழ வைப்பவன்
பசியை போக்குபவன்
மரம்!!
தூய்மையற்ற காற்றை எடுத்து
தூய்மை காற்று வழங்கிய
தூய மனம் கொண்டவன் தான் மரம்!!!

மனிதன் தீமை மறந்து அவனுக்கு
நன்மை புகுத்தினாய் நீ தானே
மறக்கவும் மன்னிக்கவும்
தெரிந்த தெய்வம்!!!!

கோகிலா ராஜா

பனைம்பழம்

கருப்பு இனத்தவன்
மஞ்சள் நிறத்தவன்
சுவையான கனி அவன்
சுவைப் பவரை இற்பவன்
பனைம்பழம்

அண்ணல் காந்தி

தமிழின் உயர்வைக் காக்க
தமிழரின் உயிரை காக்க
தமிழ்நாட்டின் பெருமையை காக்க
வந்த
எங்கள் அண்ணல் காந்தியே

வெள்ளையனை வெளியேற்றியவர்
ஒற்றுமையை உணர்த்தியவர்
அகிம்சையை போற்றியவர்
அமைதியை காத்தவர்
அண்ணல் காந்தி!!!

மக்கள் சுதந்திரமாக
வாழ்வதற்கு
தன்னை முழுவதுமாக
அர்ப்பணித்த
அண்ணல் காந்தியே

இந்தியாவின் தந்தையாக
தேசியவாதியாக
எளிமையின் சிகரமாக
அன்பின் உச்சமாக
அண்ணல் காந்தி

கோகிலா ராஜா

அறத்தை அறிந்தவர்
அறவழியில் நடப்பவர்
அன்பாக இருந்தவர்
அமைதியாக வாழ்ந்தவர்
காந்தி!!

இந்தியா பாகிஸ்தான்
பிரிவை எண்ணி
சுதந்திரம் பெற்றும்
அவருக்கு மகிழ்ச்சி இல்லை!!

சத்தியாகிரகம்
சத்தியத்தின் கிரகம்
சமுதாயத்தின் மார்க்கம்
மகாத்மா காந்தி

பாரதத்தில் பிறந்தவர்
பாரம்பரியம் அறிந்தவர்
பகையை போக்கியவர்
பாசத்தை கொடுத்தவர்
பாரத நாட்டிற்காக
தன்னுடைய உயிரை
காணிக்கையாக்கிய
காந்தி!!!

உன்னையே நினைத்தேன்

அறவழியில் நடந்து
அகிம்சை புகுத்தி
அன்னியரை துரத்தி
அண்டத்தை ஆண்டவர்
காந்தி!!

ஒத்துழையாமை நடத்தியவர்
ஒற்றுமையை புகுத்தியவர்
ஒருமையை வளர்த்தவர்
காந்தி!!!

ஜனவரியில் இறந்தவர்
ஜனனத்தை மறந்தவர்
ஜனநாயகத்தை மாற்றியவன்
காந்தி!!

கோகிலா ராஜா

தமிழின் சக்தி

பக்திச் சுவையும்
பக்தனின் சுவையும்
காட்டும் தமிழ்!!

தமிழின் வளர்ச்சி
நாள்தோறும்
கற்கக் கற்க
இனிமை தரும்
தமிழின் மிகப்பெரிய வளர்ச்சி
எனது தாய் மொழியின்
வளர்ச்சி!!!

தமிழின் சிறப்பு என்
தாயின் சிறப்புகள் போல்
மென்மையானது வேறு
எங்கும் நான் கண்டதில்லை!!!

பொருள் அல்ல அல்ல
குறையும்
எந்தன் தமிலோ
அல்ல அல்ல
பெருகும்!!

தமிழின் சிறப்போ
தமிழ் மொழியின் சிறப்போ
அதுவே
இன்றைய நாட்டின்
மிகப்பெரிய சிறப்பு

பத்தும் எட்டும்
பாட்டும் தொகையும் ஆக
உருவாக்கியது தமிழ்!!

ஐம்பெரும் காப்பியம்
ஐம்புலனை காக்கும்
ஆயுதம்
தமிழ்!!

செம்மொழி
மனிதனை செம்மையாக்கும்
மொழி தமிழ்!!!!

இன்றும் என்றும்
வாழிய வாழியவே எங்கள் தமிழ்
சக்தி!!!!

கோகிலா ராஜா

அநியாயம் வழியும்

அன்பு காட்டினால்
பண்பு கிடைக்கும்
அறிவு ஊட்டினாள்
அழகு சேரும்
ஆதரவு காட்டினாள்
உறவு உருவாகும்
அச்சம் போக்கினாள்
அடக்கம் பெயராகும்
அன்னை வழிகாட்டினால்
அநியாயம் அறவே ஒழியும்!!!

வெற்றி

ஒற்றுமையாக இரு
பன்மை முகத்தோடு
செவிகளை சாயித்திடு
உண்மைகளை உணர்ந்திடு
வெற்றிக்கு வழி கொடுத்திடு!!!

எறும்பு போல்
ஆமைபோல்
முயற்சி செய்
வெற்றி நிச்சயம்

கோகிலா ராஜா

மண்

பிறந்து
உண்டு
வாழ்ந்து இருந்தவன்
மறந்தான் மண்ணை!!

மொழியும்
இனமும்
வாழ்வாங்கு வாழ
வருவோம் தமிழராய்!!!

பிறந்தது செம்மை
வளர்ந்தது செழுமை
வளர்கின்ற வயல்களில்
வாழ வைக்கிறது இவ்வுலகை!!

மண்ணில் வாழ்ந்து
மண்ணை மாசடைய
மாசற்ற உள்ளத்தை
செய்ய வைக்கிறாய்!!

உன்னையே நினைத்தேன்

உருவாக்கி
உருவம் கொடுத்து
வருவோர்க்கு
வாழ்வளிக்கும் மண்!!

செங்கதிரை
செழிக்க வைத்தாய்
செத்துப் பிழைப்பதற்காக!!

பூமாதேவி நீ
பெற்றெடுத்த பிள்ளைகள்
உற்றுப்பார் லட்சக்கணக்கானோர்
சுமக்கிறார்கள் இவ்வுலகை
தங்களின் ஒற்றுமையால்
மண்ணை காக்கின்றனர்!!

கோகிலா ராஜா

மண்ணின் சவம்

பிறந்தேன் கருவறையில்
விதையாக
முயன்றேன் வகையை
சூடவே
பறந்தேன் வானில்
பறவையாக
மறந்தேன் காற்றை
சுவாசிக்க
மறைந்தேன் மண்ணில்
சவமாக!!!

அப்துல் கலாம்

முயற்சித்தேன் எறும்புபோல் முயன்றேன் ஆமைபோல்
முயல்வேன் அப்துல்கலாம் போல்!!

அறிவியலின் தந்தை போல
ஆற்றலின் வேகம் போல
அருவியின் அதிசயம் போல
அறிவின் முயற்சி போல
அப்துல் கலாம்!!!

சிகரமும் சரியும்
கல்லும் கரையும்
எறும்புக்கும் பலம்வரும்
முயலாமைக்கும் வேகம் வரும்
அப்துல்கலாமின் சொற்களால்!!!!!

கோகிலா ராஜா

தமிழ்

உடலின் உயிராக
உறுப்புகளின் மாற்றமாக
உண்மையின் செயலாக
தமிழ்!!!

திசைகள் தோறும் வாசல்
திங்கள்தோறும் மதி
தினசரி எந்தன் தமிழ்!!!

கடலின் ஆழம் குறையலாம்
பூமியின் தூரம் முடிவு அடையலாம்
தமிழின் படைப்புகள் நின்றுவிடாது!!!

கண்களின் கருவிழி
கருவிழியின் அழகு
கருப்பின் நிறம்
இவைகளை பிரிக்கமுடியாது
தமிழின் இலக்கணத்தை
மாற்ற முடியாது!!!!!

எறும்பு

உழைக்கும் வர்க்கம் நீ
உறங்கினால் உனக்கு
உணவு இல்லை உறங்காதே!!!!

மனிதன் போல
விழித்து விடு
எரும்பு போல
உழைத்து விடு!!!

அசைக்காமல் இருந்த
கண்
ஆச்சரியத்தில் விழித்தது
எறும்பின்
செயலைக் கண்டு!!!!

மனிதனுக்கு சோர்வு வரும்
சோர்வை போக்க முயற்சி வரும்
முயற்சிக்கு முயல வேண்டும்
எறும்புக்கு சோர்வே இல்லை
அதற்கு எதுவும் தேவையில்லை!!!!

கோகிலா ராஜா

நாய்

சிந்திக்கும் மனிதன் நீ -கெட்டவரை
சித்ரவதை செய்வாய் நீ
நன்றி உணர்ந்தவன் நீ
நன்மையை அளித்திடுவாய் நீ
சுற்றத்தாரும் உணர்வார் உன்னை நீ
நாய் என்று!!!

உனக்கு நான்கு கால்கள்
உணவு சிறிது போதும்
வளர்ப்பவர் உனக்கு பெரிது
வளர்த்தவர் உன்னை மறப்பது எளிது
வளராதவர் சட்டென்று மறவார் வளர்ந்தாலும்
வளரவில்லை என்றாலும்
மறவாதவன் நீதான்!!

உணவு உனக்கு பெரிதே இல்லை
பட்டினியிலும் காப்பாய்
நன்மையை உணர்வாய்
அவன்தான் நீ!!!!

குற்றம் உடையவரை
குறைத்து விரட்டிடுவாய்
குதித்து குதித்து வால் ஆட்டு வாய்
குறையில்லாமல் வளர்த்த வரை
பார்த்து!!!!

வெங்காயம்

உலிக்கும் கண்கள் கலங்கும்
உடலுக்குச் என்றால் நன்மையாம்
வெண்மை நிறம் கொண்டவனே
வெற்றி பெற உதவிடுவாய் நீ
மனிதனின் ஆற்றல் நீ
வெங்காயம்!!!

உலிக்க உலிக்க தோழா வாய்
உழைக்கும் வர்க்கத்தின் வேறவாய்
ஆறறிவு மனிதனையும்
அழவைத்துவிடுவாய்
அருமை அருமையான
சொல்ல வைத்து விடுவாய் நீ!!!

உடலுக்கு வலிமையானவன்
உழைப்பின் தோழன் யவன்
உறுப்புகளின் நன்மை அவன்
வெங்காயம்!!!!

கோகிலா ராஜா

அன்னை கருவறை

நரகத்தையும் சொர்க்கம் என்பேன்
அன்னை கருவறையில் இருப்பதால்!!!

அருமையான உடலை கொடுக்க
அரும்பாடு பட்டவள் தான்
அன்னை!!!

நித்திரையில் நானிருக்க
நித்திரை மறந்தவள்
நான் உன்னை
பசியை மறந்தவள்
அன்னை!!!!!

கண்கள் உறங்க
கலக்கம் தோன்றியது
கவிதை பிறக்கும்
தொடக்கம் தோன்றியது
அன்னை கருவறையில்!!!

அன்னை சொல்லியது

அன்பை கொடுத்து
ஆணவத்தை குறைக்கவும்
ஆர்வம் காட்டி
அறிவை வளர்க்கவும்
இன்சுவை கொடுத்து
இன்பதை காட்டவும்
உடல் பெருக்க
உணவு கொடுக்கவும்
ஊக்கத்திற்கு
ஆக்கம் கொடுக்கவும்
அன்னை சொல்லியதே!!!

ஏனைய சொற்கள்அறிய வைத்தவள்
ஐந்து அறிய அறிவை கொடுத்தவள்
ஒன்று நான் சொல்ல ஒய்யாரமாக குதித்தவள்
ஓ என்றாள் ஓங்காரம் என கூறியவள்
அவ் என்றால் அவ்வை என சொல்லியதும் அன்னையே!!!

கோகிலா ராஜா

அன்பாளன்

கண்களில் தோன்றி
கரு விழியில் விழுந்து
நெஞ்சில் புகுந்து
உயிரில் கலந்தாய்
அன்பாளனே!

அன்பால்
அறியச் செய்து
அறிவாள்
அறியாமை போக்கிய
அன்பனே!!!

அடித்து
அடிமையாக்க வில்லை
நீ
அறிவாள்
ஆதிக்கம் செலுத்தவில்லை
நீ
அன்பால்
அடிமை ஆக்கினாய்
அன்பாளனே

உன்னையே நினைத்தேன்

உண்மைச் சொல்லால்
உடலால் இணைந்து
உள்ளத்தில் இருந்து
உயிரில் கலந்தாய்
அன்பாலனே

கனவுகள் களைகிறது
காதலனால்
கனவுகள் பிறக்கிறது
கணவனால்!!!

கோகிலா ராஜா

காதல்

உன்னுடைய கண்ணுக்குள்ள
காந்த சக்தி வெச்சிபுட்ட
காந்த தா இழுத்ததே
காதலும் தா வந்தே
உன்னோடு நான் சேரும்
காலமும் வந்ததே!!!

கண்கள் மயங்கி
காதல் வசப்பட்டு
காதலன் மடியில்
காதலி!!

கண்கள் பார்த்ததால்
கவிதை பிறக்கிறது
காதலாணுக்கு!
காதல் வசப்பட்டதால்
அவள்
அவன் மடியில்!!

மயங்கிய இருவர்
மயக்கத்தில் ஒருவர்
மயக்கமா அது
மாமன் மடியில்
மல்லிகை மலரானால்
அவள்!!!

கண்கள் காதலியை தேடியாது
மனம் அவளை நினைத்தது
சொற்கள் காதல் என்றது!!

கல்வி

கற்க விரும்பினேன்
கற்பனையாய் அல்ல
கற்பனையை உருவாக்க!""

கற்க கற்க
கற்பனை பிறக்கும்
சொல்லச் சொல்ல
சொற்கள் பிறக்கும் கல்வியால்!!

படிக்கப்படிக்க பிடிப்பதும்
பார்க்கப்பார்க்க ரசிப்பதும்
கல்விதான்!!

மிருகனே சென்று
மனிதனாய் வாழு
கல்வியால்!!!!

நித்தமும் நித்திரையில் இருப்போம்
நீதியை தெருவில் விடுவார்
நித்தமும் சிந்தனையில் இருப்போர்
நினைத்ததை முடித்து விடுவார்!!!

உறங்குகிறேன்
உறக்கமில்லாமல்
உறங்க வைத்த
உன் நினைவுகளுடன்
உண்மையான கல்வி!!!"

கோகிலா ராஜா

அன்னை உள்ளம்

மாடு போல உழைத்திடுவாள்
மகனை வளர்த்திட வே
மனிதனின் உள்ளங்களில்
சிறந்த உள்ளம்
அன்னை உள்ளம் என்பதை
காட்டிடவே!!!

வாழ்க்கை

கனவிலே
கலைந்தேன்
கற்பனையால் அல்ல
நினைவால்
உணர்ந்தேன் வாழ்க்கையை
நிஜமல்ல என்று!!!!

கருவில் பிறந்தேன்
கற்பனையுடன் வளர்ந்தேன்
கணவாய் வாழ்க்கையை
வாழ்ந்தேன்

பூக்களின் வாசம் பார்த்து
பூவானேன் பூ நசுங்கியது
நசுங்கியது பூ அல்ல
மனிதனின் வாழ்க்கை!!

சிறு கூண்டில்
சிற குடைந்தேன்
சிறப்பையும் இழந்தேன்
சிறகால் அல்ல
மனிதனின் உள்ளத்தால்!!

கோகிலா ராஜா

மிருக உள்ளம்

தென்றல் வீசியது
வீசியது தென்றல் அல்ல
தெம்பாட்டு
தெம்பாட்டு கேட்டது
மனிதன் அல்ல
மிருகம்!!

மனிதன் இசைத் இருப்பான்
மிருகம் இசையை உடைத்து இருப்பான்
மிருகனே நீ சென்று வாழ் மனிதனாய்!!

அண்டமே நடுங்கும்
ஆகாயமும் வியர்த்துவிடும்
மிருக உள்ள கொண்ட
உன்னைக் கண்டு!!!

ராமலிங்கம்

நாமக்கல் கவிஞர் இவர்
நாமங்களை காவியமாக பாடுபவர்
நமச்சிவாயம் என்பவர்
நமஸ்காரத்திற்கு உரியவர்
ராமலிங்கர்!!!

சிறு உயிரும்
தம்முயிர் போல் எண்ணுபவர்
தனக்கென வாழா தவர்
தமிழுக்காக வாழ்ந்தவர்
இராமலிங்கர்!!!!!

கோகிலா ராஜா

கற்பனை

உன் கண்கள் விழியா
இல்லை
என்னை கொல்லும் வழியா
இல்லை
உன் பேச்சு முத்தா
இல்லை
என்னை கொல்லும் ஆபத்தா
கற்பனையே நீ சொல்!!!

பணம்

பாடியது பாட்டு
பட்டுக்கோட்டை யாரை கேட்டு
பட்டினம் பட்டினம்
பாம்பாட்டி பட்டினம்
பாம்பின் நஞ்சை போல்
பணத்தை எண்ணு வாரோ!!!

உறவுக்கு உயிர் போல
அன்புக்கு அன்னை போல
அறிவுக்கு ஆசான் போல
பசிக்கு உணவு போல
மனிதனுக்கு பணமோ!!!!"

கோகிலா ராஜா

கருவரையில் இறந்த குழந்தையின் மனம்

கண்ணீர் நான்
சிந்தும் முன்
கற்பனையாய்
கரைந்து விட்டேன்!!

கருவறையிலிருந்து
கற்பனை செய்தேன்
வாழ்க்கையை வாழும் முன்பே
வாடிப் போனேன்!!!

தாயின் கருவறையில்
ஒன்பது மாதம்
ஒன்பது நாழிகையில்
என்னுயிர் போனதே!!"

ங்க ங்க என்னும் முன்னே
கரையான் என்னை
தின்கிறதே!!!

தாய்ப்பால் குடிக்கும் முன்னே
தாயகத்தை பார்க்கும் முன்னே
தவி தவித்து இறந்தேனே!!!!

உணவு கலப்பு

இந்தியாவில்
இதயத்துடிப்பை வீட
விழிப்புணர்வு துடிப்பே
அதிகம்!!!

மண்ணுக்கும் பொன்னுக்கும்
ஏறிக்கொண்டே போகும்
விலை மதிப்பு
பொருட்களின் தரங்களுக்கு
மலிந்து கொண்டே போகிறதே

மனிதனுக்குள் இருக்கும்
மனிதத்தை
மனக்க செய்யாத
பொருட்கள்
பொருட்கள் அல்ல
கலப்பிடங்கள்!!!!

சாவுக்கு ஒருநாள் அழுகுரல்
வீடுகளில் தினமும் அழுகுரல்
கலப்பு பொருட்களால்!!!

வண்ண வண்ண சாயங்களில்
மின்னுகின்றன சாயப் பொருட்கள்!!!

கோகிலா ராஜா

கண்டம் விட்டு
கண்டம் பாய்ந்து
சில மணித்துளிகளில்
உலகையே அழித்திடும் தனது
கலப்பு உணவால்

பூமியின் புதிர்களை
விடுவித்து
ரகசியங்களை
வெளிச்சம் போடும்
கலப்புணவு!!!!!

உள்நாட்டு வங்கியிலும்
வெளிநாட்டு வங்கியிலும்
பலகோடி என்றாலும்
கலப்பால்
உள்ளுக்குள் நோய்கள்
பல கோடி!!

பெண்கள்

சிறுவயதில்
சிற்றின்பத்தை
துளைத்து
பெரும் வயதில்
பெரும் சுமையை
சுமக்கிறாள்!!!

சிறுகச்சிறுக சேர்த்து
பெறுக வாழவைத்து
சிறுகச்சிறுக மண்ணில்
மறைபவல் பெண்!!!

மண் மக்களை சுமக்கிறது
பெண் மனதில் கணவனையும்
கழுத்தில் தாலியும்
சுமக்கிறாள்
மண்ணின் சுமையை விட
பெண்ணின் சுமை அதிகமாகிறதே

பெண் அவள் பேனா அல்ல
மைதிந்தவுடன் எரிய
அவள் அழியாச் செல்வம்
அவளைக் காக்க வேண்டும்

கோகிலா ராஜா

மீன்கள் துள்ளும் கரையயில்
மனிதன் திருந்தும் வரையில்
பெண் கவலை பெறுவாள்
ஆண் மாறும் வரையில்!!!

சிறகடித்து பறக்கும் பறவை
சிற்றின்பத்தை எண்ணுகிறது
சிறகாய் மாறுபவள் அவள்
சிறப்பாய் வாழ எண்ணி

அழகாய் மாறுவாள்
கொஞ்சும் அழகால்
நெருப்பாய் மாறுவாள்
மிஞ்சும் ஆனளால்

ஆண்கள்

உழைத்து உழைத்து
உடலும் மிஞ்சவில்லை
வாழ்க்கையும் காணவில்லை!!

சிரித்து சிறப்பாய் வாழ
சிற்றின்பத்தை மறந்து
சித்ரவதை அடைந்து
சிறகுகள் உடைந்து
சிகரத்தை அடைந்தவன் தான் ஆண்!!!!

பேச்சால் கவராமல்
பெருமையால் கவர் பவனும்
உடலால் கவராமல்
உள்ளத்தால் கவர் பவனும்
மணி போல் பேசாமல்
மனிதனாய் நடப்பவனும்
ஆண்

கோகிலா ராஜா

பெண்கள் நிலை

சுதந்திர இந்தியாவில்
சுதந்திரம் இல்லாமல
ஏங்குகின்றனர் பெண்கள்

சிக்கனம் செய்யும் பெண்களை
சிறுசிறு துண்டுகளாய் பிறக்கின்றனரே!

கண்களே விழித்திடு
கற்பனையை ஒழித்திடு
கர்ப்பையை காத்திடு
கருவறையை நினைத்திடு
பெண்மையை நீ போற்றிடு!!!

பெண்கள் பெருமையை அறியாது
பெண்களையே அளிக்கின்றன
வேதனை அறியாது
சோதனையை புகுகின்றன!!!

பெண்களின் வாழ்வு
அளிப்பது அது
குடும்பத்தையே
அளிப்பது போன்றது!!!!

உன்னையே நினைத்தேன்

மானிடனது பிறப்பு அறியாது
மான பங்கம் விளைவிக்க
மனசே இல்லாத
மனிதன் இந்த
மானிடத்தில் இருக்கிறானே!!!

பெண்மைக் கருவரையில் பிறந்து
பெண்மையை அளிக்கின்றார்
பெண்ணின் மகத்துவம்
புரியாமலே போகின்றாய்

உணர்ந்திடு பெண்மையை
உணர்ச்சியை அடக்கிடுவாய்
உறவாய் வாழ்ந்திடுவாய்

பார்வையற்றவன் போல்
பாவையை சிதைக்கிறாய்
பார் உலகத்தை
பாவையை உணர்ந்திடுவாய்

கோகிலா ராஜா

விவேகானந்தர்

விவேகமும்
வித்யாசமும்
வித்தையும் கொண்டவர்
விவேகானந்தர்

பொன்மொழியால் மனதை
பொலிவடையச் செய்தய்
பொன் முகத்தாள்
பொன்னம்பலத்தையும் மிஞ்சியவர் விவேகானந்தர்
சிக்கலில் தவிக்கும்
மனிதர்களுக்கு
சிந்தனையை
கொடுத்தவர்

சிறகு இழந்த மனிதர்களுக்கு
சிறகாய் மாறிய விவேகானந்தர்
மனிதனின் துயர் நீக்க
மருந்தாய் பொன்மொழி தந்தவர்

விவேகானந்தர்
விவேகமுள்ள
மாமனிதன்

உனனையே நினைதேன்

கடலில் வாழும் மீன்கள்
கடமையை உணரும்
விவேகானந்தரின்
பொன்மொழியால்

முத்துக்களின் பளபளப்பு போல
முத்தங்களின் மௌனம் போல
முத்திரையின் சக்தி போல
மூகாம்பிகை அருள் போல
பொன் முகத்தோடு வாழ
விவேகானந்தர் பொன்மொழிகள்

கோகிலா ராஜா

குழந்தை

குழந்தையின் முத்தம்
முத்தம் அல்ல
முத்துக்கள்

குழந்தையின் சிரிப்பு
சிரிப்பு அல்ல
சிகரங்கள்

குழந்தையின் பேச்சு
பேச்சல்ல
பேர் சுவைகள்

குழந்தையின் பார்வை
பார்வை அல்ல
பார்ப்பார் நம்பிக்கை

குழந்தையின் விரல்கள்
விரல்கள் அல்ல
விசித்திரங்கள்

குழந்தையின் கால்கள்
கால்கள் அல்ல
கவி திறன்கள்!!!!!

அண்ணன்

அறிவின் மையைப் போக்கி
அறிவை விரிவு செய்ய
அறிவார்ந்த பேச்சுகளால்
அறிய வைத்த அண்ணன்

சகிப்புத் தன்மையைப் போக்கி
சாதனை புரிய வைத்த
சகோதரன்

சரஸ்வதியின் ஆசியாய்
சக்தியின் வரமாய்
சங்கீதத்தின் சாரலாய்
உருவான சகோதரன்!!

அண்டங்களை
ஆளக் கற்றுத்தந்த
அண்ணன்

அன்பு சொல்லுக்கு இலக்கணம்
அருமையான அண்ணன்

பாசத்துக்கு அன்னை
பண்புக்கு ஆசான்
பணிவுக்கு அண்ணன்!!!"

மனிதன்

பிறப்பின் ரகசியம்
பிதற்றலை உண்டாக்கும்
இறப்பின் ரகசியம்
இதயத்தைத் துண்டாக்கும்

வழு கூறாமல்
வழு இல்ல
வாழ்வு வாழ்!!!

மனிதா உன் வாழ்வை
மரம்போல் வாழாதே
மன்னிக்கும் குணத்தோடு
வாழ்!!!

சிந்தனை மனிதன்
சிந்தனையில் இருக்கிறான் அவன்
சாதனை புரிகிறான்
சிந்தனை இல்லா மனிதன்
சீக்கிரம் இருக்கிறான் அவன்
சாத்தான் ஆகிறான்

கண்களின் காட்சி கருவிழியால்
மனிதனின் காட்சியின் மனவிழியால்
மன விழியால் காண்கிறான் உணர்வுகளை
உணர்வுகளின் ஆள் காண்கிறான் உறவுகளை

காமராசர்

கல்விக்கண் திறந்த
கர்ம வீரனே நீ
கலைகள் கற்று
கவிதைக்கு உரியவன் ஆனாய்

குழந்தையின் பசி போக்கிய
குழந்தை மனசுக்காரன் நீ
குழந்தையின் குமரல் போக்கியதால்
குழந்தை குமரனும் ஆனாய்

கலைகளின் அரசனாக
கல்வியின் அமைச்சனாக
கர்ம வீரனாக வந்தாய்

கருமைநிற தோடு
வெண்மை பொருந்திய
வெள்ளை மனசுக்காரன் நீ

படிக்காத மேதை
படிப்பின் மேதையாக
கல்வியின் கண்கள் ஆகி
கல்விக்கண் திறந்தவர்
எங்களுக்கு திகழ்கிறார்

பட்டியும்
பட்டணமும்
சொல்லும் உன் பெயரை

கோகிலா ராஜா

அண்ணா உயிரியல் பூங்கா

நான் சொர்க்கம் சென்றேன்
அந்த சொர்க்கத்தை
அண்ணா அமைத்துள்ளார்

அண்ணா
அங்குள்ள உயிர்களுக்கு
அரண் கொடுத்துள்ளார்
அரண் மூலம்
அன்னத்தை கொடுத்துள்ளார்

உயிரிழை பார்த்தேன்
உணர்வை இழுத்து
உயிரியல் நுழைத்து
உடலில் கலந்தது
அருவிநீர்

கீச் கீச் என்றது
சத்தம் என்றிருந்தேன்
சத்தம் அல்ல
சங்கீதம் கற்றுக் கொள்
என்றது கிளி

கொக்குக் என்றது
கூவுகிறது என்றிருந்தேன்
கூவவில்லை
கூட்டங்களை எழுப்புகிறேன்
கூடி வாழ் என்றது
கோழி

உன்னையே நினைத்தேன

துள்ளியது
துணிவோடு பார்த்தது
துக்கமின்றி நகைத்தது
ஏன் என்றேன்
தூக்கமின்றி
வாழவும் கற்றுக்கொள்
என்றது மான்கள்

லொ ல் லொல் என்றது
குறைக்கிறது என்று இருந்தேன்
குறைக்கவில்லை
குறைகளை குறைத்துக் கொள்
என்றது நாய்கள்

சிணுங்கமல் அமர்ந்திருந்தது
புரியாமல் தவித்திருந்தேன்
புரிய வைத்தது
சிக்கலான காரியங்களில்
சிணுங்காமல் அமர்ந்திருக்க
கற்றுக் கொள் என்றது
சிங்கம்

புயல்போல் தாவியது
புன்னகையுடன் புரியாமல் இருந்தேன்
புரியச் செய்தது
புகழை அடைய
புயல் போல் செயல்பட
கற்றுக் கொள் என்றது
புலி

கோகிலா ராஜா

தாவிக் கொண்டிருந்தது
தவிப்பின்றி இருந்தது
தத்தித் தாவும் மனதை
தக்க வைத்துக்கொள்
என்றது முயல்

பாதுகாப்பாய் படுத்திருந்தது
ஒதுங்கியது என்று இருந்தேன்
சீரியது இறையை உண்ண
திடுக்கிட்டேன் நான்
கிடுகிடுவென வந்தது
பாயவே பதுங்கி இருந்தேன்
மனிதனைப்போல் என்றது பாம்பு
கல்லைப் போல் இருப்பேன்
கற்பனையால் தொட நினைத்தாலும்
கடித்து விடுவேன்
முதலில் வந்தவன்
முதலாய் வரவேண்டும் என்றது
முதலை

அங்கு அமர்ந்திருந்தேன்
அருமை என்றனர்
இங்கு அமர்ந்திருந்தேன்
இனிமை என்றனர் நான்
ஆமை என்றேன்
ஆச்சிரியத்தில் ஆழ்ந்தனர் நீ
சுமைதாங்கியாய் என்றனர்
சுமையல்ல சுகம் என்றேன்
குடும்பத்தை காப்பது போல!!!

நினைவிடம்

கர்ம வீரன் இவன்
கல்வி கொடுத்தவன்
கதவுக்குள் இருக்கிறார்
காமராசர்!

பேரறிஞர்
பேரின்பம் கொடுத்தவர்
பெருமையைப் புகுத்தியவர்
பெருமையாய் உறங்குகிறார்
மெரினாவில்

கலைஞன் இவன்
கற்பனை வளர்த்தவன்
கவிதை பாடியவன்
கனவாய் மாறி உறங்குகிறார்
மெரினாவில்

இரண்டு இலை கொண்டு
இன்பத்தைக் கொடுத்தவள்
பெண்மையை புரிய வைத்தவள்
இன்முகத்தோடு உறங்குகிறாள்
மெரினாவில்

கோகிலா ராஜா

கடல்

கால்களை நினைத்துக்கொள்
கற்பனையை வளர்த்துக்கொள்
கடல் அலையாய் செயல்படு
வேண்டாதவற்றை என்னைப்போல்
கரையில் தள்ளிவிடு!!!

நீலம் நான் பார்த்தால்
வெண்மை நான் அள்ளினால்
துவர்ப்பு நான் பருகினால்
எனக்கே மூன்று குணம்
எனக்கு எத்தனை குணம்

அளக்க முடியாதவன்
அடிமையாகாத அவன்
ஆதாரம் கொடுப்பவன்
ஆகாயம் தொடுவது போல் இருப்பேன்
ஆழி நான்

மனிதன் தாகத்திற்கு தண்ணீராக
மீனுக்கு இரையாக
படகுக்கு பாதுகாப்பாக
பக்குவம் கொடுப்பவன்!!!!

உன்னையே நினைத்தேன்

மழை

வானம் ஏங்கிய போது
நீராவி ஆகவில்லை
பூமி ஏங்கிய போது
வானம் கொடுத்தது
மழையாக

கோகிலா ராஜா

நட்பு

மலரும் ரோஜா
மலர்ந்த முகத்தோடு பார்த்தது
மலர்ந்த இந்த முகத்தை

ஏங்கியது ரோஜா
ஏங்கி னாலும் கேட்டேன்
சொன்னது ரோஜா
மலறவைக்கும் உன் நட்பு
பார்த்ததால்

நட்சத்திரம் வானில்
மின்னும்
உன் அருகிலும்
மின்னும்
நட்பு நட்சத்திரம்

தோல்விக்கு தோல்வி கொடுக்க
வெற்றிக்கு வழி கொடுக்க
வேதனையை தகர்த்து எறிய
வேகமாய் வந்தது
நட்பு!!!

நன்மைகள் பலப்பல
நட்பால்
நடக்கும்!!!"

உன்னையே நினைத்தேன்

காதல் நினைவு

நெஞ்சம் சுவாசிக்க மறுக்கிறது
மனம் நினைக்க மறுக்கிறது
நினைவு ஏங்க மறுக்கிறது
உறவு பிணைக்க மறுக்கிறது
காதல் எல்லாம் மறைகிறது
அவன் நினைவால்

வெண்ணிறம் கொண்டவர்
வெண்மை ஆடை அணிந்தவர்
செந்தமிழ் பேசுபவர்
செழிப்பாய் வாழ நினைப்பவர்
பன்மை குணம் கொண்டவர்
காதல் நினைவால் என்னை மயக்கியர்!!!

கோகிலா ராஜா

எந்நாளோ

தாய் மொழியை வளர்க்க
தாய்ப்பாலை ஊட்டிய
தாயைப் புரிவது
எந்நாளோ

உயிரான விவசாயத்தை
உறவுகளோடு
உயிபிக்கச் செய்வது
எந்நாளோ

மங்கையர் கனவுகள்
மன்னர் இடத்தில்
மதிப்புமிக்க செய்வது
எந்நாளோ

கடவுளான விவசாயிகளை
காப்பாற்றுவது
எந்நாளோ

மங்கையை மணந்த உடன்
மருமகளே என்பாள்
மாமியார்
மறுகணமே
ம று வீட்டு சீர் எங்கே இதில்
மறுதல் உண்டாகுவது
எந்நாளோ

உன்னையே நினைத்தேன்

அச்சம் போக்கிய
அச்சகன்
அசத்தலான பேச்சால்
ஆச்சரியம்
உண்டாக்கியவன்
உணர்வில்லாமல்
உயிரைக் கொள்கிறான்
உடலில் ரத்தம் வராத
வார்த்தையால்
அன்னாள் மாறுவது எந்நாளோ

கற்கள் முன் தோன்றிய தமிழை
கற்பவர்கள்
காப்பாற்றுவதும்
படைப்பதும்
எந்நாளோ

இன்றைய நிலைமைகள்
இனிதாய் மாறுவது
எந்நாளோ

கொடுமைகள் அடங்கி
நன்மைகள் நடப்பது எந்நாளோ

கோகிலா ராஜா

முத்த மழை

பூமிக்கு ஞாயிறும் வந்தது
பூவுக்கு புரியவைத்தது
முகம்தான் மலரவே
முத்தம்தான் பரிமாறியது
முத்தத்தாலே முகம் வெட்கத்தாலே

கண்கள் பார்த்தது இரு
கண் இமைகள் பார்த்தது
பாறையே மறந்துதான்
பரிமாறியது முத்தங்கள்

முத்தங்கள் மழையாக பொழியும் போது
முத்துக்களும் சிதறிப் போகிறது
உயிரே ஊசல் ஆடுகிறது ட
வனமெல்லாம் படபடவென அடிக்கிறது

நெஞ்சம்தான் கேட்கவே
வெட்கம் தான் தாளவே
கைகள்தான் கோர்க்க வே
போர்வை முத்த மழை பொழிகிறது!!!

முதல் முத்தம் தான் அது
முகவரி முத்தம்தான்
உயிரையே ஆட்டிவைக்கும்
முதல் முத்தம் தான்
முத்தத்தாலே முகம்
வெட்கத்தாலே!!!

சுதந்திர தினம்

அண்டை நாட்டில் பிறந்தவன்
அடிமை நம்மை ஆக்கியவன்
ஆற்றல் இழக்க செய்தவன்
ஆங்கிலேயன் அவனை
அகிலத்தை விட்டு விரட்டிய தினம்

பாவையை கொடுமை செய்தவன்
பாரையே பால் ஆக்கியவன்
பார்ப்பவரை கொடுமை செய்தவன்
பாரை விட்டு விலகிய தினம்

நாட்டிலுள்ள வளங்களை
நாடு கடத்திய ஆங்கிலேயன்
நாட்டை விட்டு வெளியேறிய தினம்

நாட்டையாண்ட
அண்ணியன்
அண்டை நாட்டுக்கு
சென்ற தினம்

கொடுமை செய்த
கொலைகாரன்
குடுகுடுவென்று ஓடிய
தினம்

கோகிலா ராஜா

கொடியை காக்கவே
உயிரைக் கொடுத்த
கொடிகாத்த குமரன்
தினம்

கப்பலோட்டிய தமிழன்
கடமையாற்றிய வீரன்
வ உ சிதம்பரனாரல் கிடைத்த
தினம்

பெருமை உள்ளம்
கொண்டவர்
பெருமையாய்
வாழ வைப்பவர்
கல்வியை கொண்டுவந்தவர் தினம்!!!

உனனையே நினைததேன

ஐம்புலன்

வானம் இருந்து
பூமி இருந்து
காற்றிலிருந்து
நெருப்பு இருந்து
நீர் இருந்து
ஐம்பூதம் எனக்கு தெரிந்தது
ஐம்புலன் அடக்க தெரியல!!!!

கோகிலா ராஜா

முத்தமிழ் அறிஞர்

விழித்திடு தமிழா
நீ
முழித்திடு தமிழா
செந்தமிழ் நீ வளர்க்க
முத்தமிழ் அறிஞுகராய் மாறிடவே
விழித்திடு தமிழா
விழித்திடு தமிழா!!!!"

எட்டுத்தொகை

நன்மையை நீ வளர்க்கவே
நற்றிணை கற்றிடு வாய்
குணநலம் நீ வளர்க்கவே
குறுந்தொகை கற்றிடுவாய்

ஐம்புலனை அடக்கவே
ஐங்குறுநூறு கற்றிடுவாய்

அகத்தை நீ அறிந்திட வே
அகநானூறு கற்றிடுவாய்

கலியுகம் நீ அறிந்திட வே
கலித்தொகை கற்றிடுவாய்

புறம் நீ கூறாமலே
புறநானூறு கற்றிடுவாய்

கோகிலா ராஜா

பண்பை நீ உணர்ந்திட வே
பதிற்றுப்பத்து கற்றிடுவாய்

பாவத்தை நீ போக்கவே
பரிபாடல் கற்றிடுவாய்

தமிழா தமிழா
தமிழை வளர்க்க வா வா

எண்ணம் நீ அறிந்திட வே
எழுபிறப்பு உணர்ந்தவை
எளிமையாய் நீ வாழ்ந்திடவே
ஏழையை நீ வாழ வைத்திடவே
எட்டுத்தொகை கற்றிடுவாய்!!!

பத்துப்பாட்டு

தமிழா தமிழா நீ
தமிழை வளர்க்க வா வா

திறமை நீ வளர்க்கவே
திருமுருகாற்றுப்படை கட்டுவாய்

பொருளாதாரம் நீ உணரவே
பொருநராற்றுப்படை கற்றிடுவாய்

சிற்றின்பத்தை நீ போக்கவே
சிறுமை குணத்தை அளிக்கவே
சிறுபாணாற்றுப்படை கற்றிடுவாய்

பெருமை குணம் அறிந்திட வே
பெரும்பாணாற்றுப்படை கற்றிடுவாய்

மாயங்களை நீ போக்கவே
மலைபடுகடாம் கற்றிடுவாய்

ஆற்றுப்படை நூல்கள் கற்றிடுவாய்
அருமையாய் வாழ உணர்ந்திடுவாய்

கோகிலா ராஜா

மூலதனம் நீ அறிந்திட வே
முல்லைப்பாட்டு கற்றிடுவாய்

பாசத்தை நீ உணர்ந்திட வே
பட்டினப்பாலை கற்றிடுவாய்

மன்மனம் நீ உணர்ந்திட வே
மதுரைக்காஞ்சி கற்றிடுவாய்

நெஞ்சை நீ அறிந்திட வே
நெடுநல்வாடை கற்றிடுவாய்

பண்பாய் நீ வாழ்ந்திடவே
பணிவாய் நீ நடந்திடவே
பத்து பாட்டை கட்டுவாய்
பாவத்தை நீ போக்கிடுவாய்!

எங்கள் காமராசர்

காமராசரே எங்கள் காமராசரே
கல்விக்கண் திறந்த காமராசரே

படிக்காத மேதையே
படிப்பை கற்று தந்தாயே
பசிக்கு உணவும் தந்தாயே
தந்தாயே தந்தாயே
எங்கள் தந்தையே

உயிரோடு நாங்கள் இருக்க
உணவும் தான் கொடுத்தாயே
உணர்சியோடு நாங்கள் இருக்க
உற்சாகம்தான் கொடுத்தாயே

முதல்வரே நீங்கள் முதல்வரே
ஐந்து முறை நீங்கள் முதல்வரே
முதல்வரே நீங்கள் எங்களுக்கு
முதன்மை ஆனவரே

கோகிலா ராஜா

வழிமுறை எங்களுக்கு கற்றுத்தர
வழிகாட்டி தான் ஆனவரே

ஆணவம் தான் ஒலிக்கவே
அறிவை கற்று தந்தாயே

பண்போடு நாங்கள் இருக்க
பணிவை தான் கற்று தந்தாயே

கடமை அவரவர் அறியவே
கட்டாயக்கல்வி கொண்டுவந்தாய்

கல்வி வள்ளலே நீங்கள் கல்வி வள்ளலே!!!!

குலதெய்வம்

அம்மா உன் கண்ணை பார்த்தாலே
ஆனந்த கண்ணீர் வருமே அம்மா

அம்மா காதுகளில் துன்பத்தைச் சொன்னாலே
இனிய செய்தி வருதே அம்மா

உந்தன் பாதம் பணிந்தாள்
எந்தன் பாவம் போகுதே அம்மா

உன் புகழ் நானும் பாடவே
உணர்வுகள் பொங்கி எழுகிறதே

நெஞ்சம் மாறிப்போகிறதே
நடுநிலைமை தான் அடைகிறது

என்னையும் நீ மாற்றுகிறாய்
கற்பனையை நீ வளர்கிறாய்

காலத்தை நீயே கணிக்கிறாய்
எங்கள் குல தெய்வமே

உன் முகம் தானே கண்டாலே
கண்டம் எல்லாம் ஓடிப் போகும்

கோகிலா ராஜா

கண்ணாரக் கண்டு கொண்டாலே
கனவுகளும் தான் நிறைவேறும்

உன்புகழ் பொங்கி எழுகிறதே
உள்ளம் தான் குளிர்கிறதே

உன்னை வலம் வந்தால்
உன்னத வாழ்வை கொடுப்பவளே

கோயிலை நாங்கள் நாடி வர
கோபுர வாழ்வை கொடுப்பவளே

உண்மையை உணர்ந்தோம்
உணர்ச்சியும் அடைந்தோம் குலதெய்வமே!!!

ஆசிரியர்

அறிவை வளர்க்க
ஆண்டவன் கொடுத்த
பரிசு
ஆசிரியர்!!

அண்டம் பற்றி அரிய வைத்திட
அரும் பாடுபடுபவர்
ஆசிரியர்

அறிமுகப்படுத்தியவர் அம்மா
அறிவை வளர்த்தவர் ஆசிரியர்

விண்ணும் மண்ணும் போற்றும்
ஆசிரியரை

உலக நடப்பை
நாவலாக நவமணிகலாக
தெரிந்து கொள்வோம்
ஆசிரியரால்

அன்புக்கு
அறிவுக்கு
பன்புக்கு
பணிவுக்கு ஆசான்!!!

கோகிலா ராஜா

அப்பா

அறிவை வளர்த்தவர்
அப்பா
ஆயிரம் உறவிலும் மேலானவர்
அப்பா

அண்டத்தைப் புரியவைப்பது
அப்பா

ஆண்டவனுக்கு மேல்
அப்பா

அகிலத்தில்
அனைத்தும் அப்பா

அப்பா என்னும் மந்திரம்
துன்பத்தை போக்கிடும்

அறிமுகம் விட
அறிவை வளர்க்க
அரும்பாடுபட்டவர்
அப்பா

அருமையான உணவு உன்ன வைக்க
அரும்பாடுபட்டவர்!!!!

தங்கை

தரணி போற்றும் தங்கம்
அவள் தங்கை

தங்கத்தையும் மிஞ்சு வாழ்
அவள் சிரிப்பாள்

உலகையும் அடக்குவால்
அவள் பண்பால்

தங்கையயவள்
தாமரை போன்றவள்

தாமரை இருக்குமிடமெல்லாம் வாசம்
தங்கை இருக்கும் இடமெல்லாம் சந்தோசம்

தங்கை பாசத்துக்கு மிஞ்சிய
பாசம் இல்லை!!!!

கோகிலா ராஜா

ஆதியும் நானே அந்தமும் நானே

ஆதியும் நானே அண்டமும் நானே //
அகர எழுத்துக்கு முதலும் நானே //
அன்புச் சொல்லுக்கு முதலும் நானே //
ஆசை முடிவுக்கு அந்தமும் நானே //
உயிருக்கு முதல் ஆதியும் நானே //
உலகிற்கு முதலும் முடிவும் நானே //
உலகிற்கு முதன்மை இறைவன் நானே//
வெறுப்புற்ற மனிதருக்கு ஆதியும் நானே//
வெறுக்கும் மனிதருக்கு அந்தமும் நானே //
உயிர்களின் ஆத்மா ஆதியும் நானே //
உலகில் அனைத்து உயிரும் நானே //
ஆதியும் நானே அந்தமும் நானே //

பயணங்களோடு பாதை

வாழ்க்கை பயணம்
வசந்தமான பயணம்
வாசல் தோறும்
எதிர்பார்க்கும் பயணம்
எதிர்வினைகளை
எட்டிப்பார்த்த பயணம்
எதிரிகளையும் ஈர்த்த பயணம்
என்னையே எனக்கு புரிய வைத்த பயணம்
கல்விப் பயணத்தில்
கற்பனைப் பயணம்
கல்லூரி காலத்தில்
கனவு பயணம்
வாழ்க்கைப் பயணத்தில்
வம்ச பயணம்
பயணங்களை தேடிய பாதையே
பண்பையும் பாதையும் காட்டுகிறது!!

கோகிலா ராஜா

செய்தித்தாள்

நாவலாக
நவமணிகளாக
நாட்டு நடப்புகளை
எடுத்துக்கூறுகிறது செய்தித்தாள்

செய்வினையும்
செய்கின்ற வினையும் செய்தி மூலமே
அறிகிறோம் !

ஆரம்பமும் முடிவும் ஒரு செயலுக்கு
முக்கியம்
அதுபோல்
வாழ்க்கை என்னும் சக்கரத்திற்கு
செய்தித்தாள் !

தாய் நாட்டுப் பெருமையை
தாய்லாந்து அறியவும்
தாய்மையை உணர வைக்கவும்
தாயகத்தை காக்கவும்
செய்தித்தாளால் முடியும் !

நாட்டு நடப்புகளை நவரத்தினங்கள்
ஆக கோர்த்து நாட்டு மக்களுக்கு
எடுத்துச் சொல்கிறது செய்தித்தாள் !

www.ingramcontent.com/pod-product-compliance
Lightning Source LLC
LaVergne TN
LVHW091727190726
843493LV00001B/491